This book belongs to

cháng
长
long

cháng jǐng lù yǒu cháng cháng de bó zi

长颈鹿有长长的脖子。

Giraffe has a long neck.

mián yáng yǒu duǎn duǎn de bó zi
绵羊有短短的脖子。

Sheep has a short neck.

duǎn

短

short

duō

多

many

lù xī jiā de yú gāng lǐ yú hěn duō

露西家的鱼缸里鱼很多。

There are many fish in Lucy's fish tank.

shǎo

少

few

ài mǎ jiā de yú gāng lǐ yú hěn shǎo
艾玛家的鱼缸里鱼很少。

There are a few fish in Emma's fish tank.

bái tiān

白天

day

bái tiān
白天，

mā ma qù shàng bān
妈妈去上班。

Mum goes to work during the day.

hēi yè
黑夜，

mā ma gěi wǒ dú gù shì shū
妈妈给我读故事书。

Mum reads me a story book at night.

hēi yè
黑夜

night

dà

大

big

yì zhī dà xiàng zài hē shuǐ
一只大象在喝水。

A big elephant is drinking water.

xiǎo

小

small

yì zhī xiǎo niǎo
一只小鸟
zài shù shang chàng gē
在 树 上 唱 歌 。

A small bird is singing in the tree.

kuài

快

quick

tù zi tiào de kuài

兔子跳得快。

The rabbit hops fast.

màn

慢

slow

wū guī zǒu de màn

乌龟走得慢。

The tortoise walks slowly.

shàng

上

on top

lì li jiā de māo
丽丽家的猫
xǐ huān zuò zài zhuō zi shàng
喜欢坐在桌子上。

Lili's cat likes to sit on top of the table.

xià

下

below

ài mǐ jiā de māo

艾米家的猫

xǐ huān dāi zài zhuō zi xià

喜欢待在桌子下。

Amy's cat likes to stay below the table.

kū

哭

cry

bǎo bao xǐng lái hòu kū le

宝宝醒来后哭了。

The baby wakes up and cries.

xiào

笑

laugh

bǎo bao zài xiào　　yīn wéi tā zài
宝宝在笑，因为他在
wán tā de wán jù
玩他的玩具。

The baby is laughing.
Because he is playing with his toys.

kāi

开

open

mén kāi le
门开了。

The door is open.

guān

关

close

mén guān le

门关了。

The door is closed.

zhòng

重

heavy

xiǎo zhū hěn zhòng

小猪很重。

The pig is heavy.

qīng

轻

light

yǔ máo hěn qīng

羽毛很轻。

The feather is light.

pàng

胖

fat

xiāng pū xuǎn shǒu hěn pàng
相扑选手很胖。

Sumo wrestler is fat.

shòu

瘦

skinny

mài kè hěn shòu

迈 克 很 瘦。

Mike is skinny.

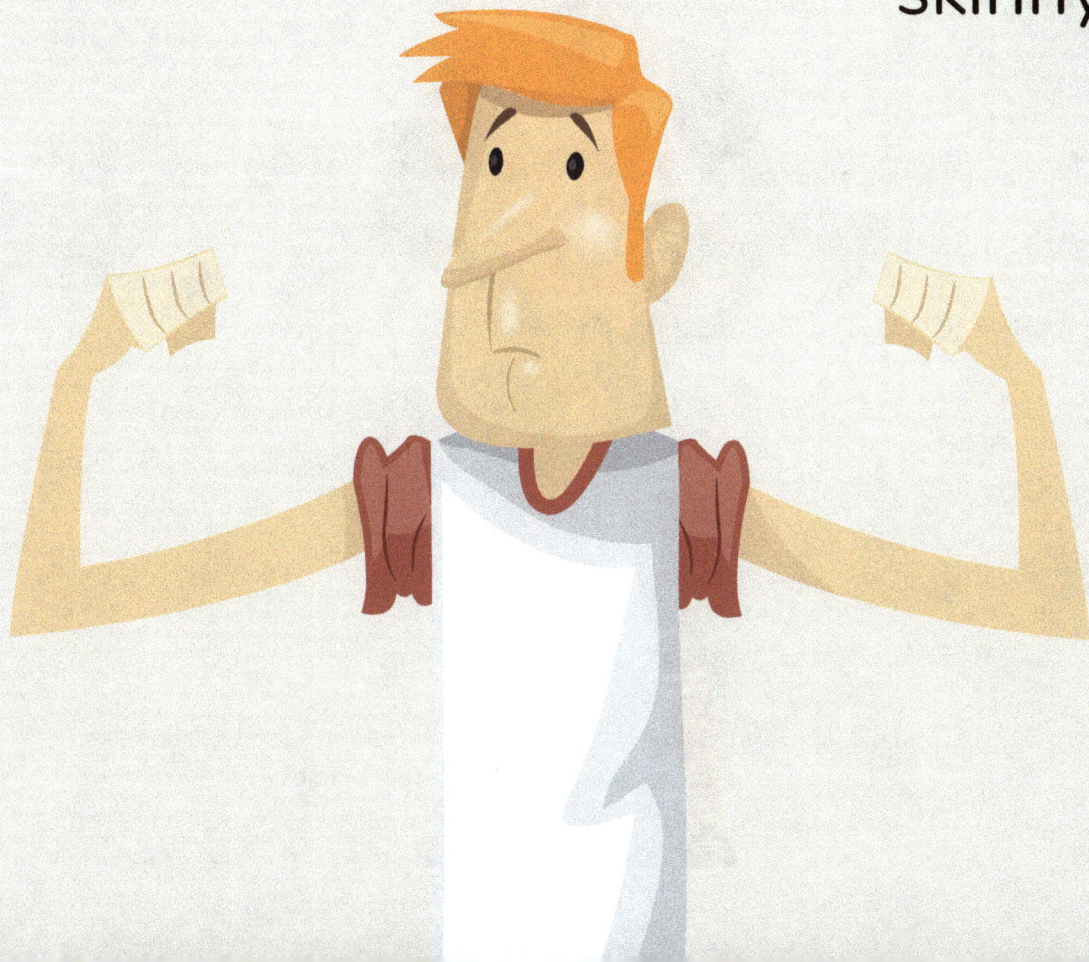

gāo

高

tall

lán qiú yùn dòng yuán hěn gāo
篮球运动员很高。

Basketball player is tall.

ǎi

矮

short

mǎ lì hěn ǎi
玛丽很矮。

Mary is short.

hòu

厚

thick

zài chá jī shàng
在茶几上
yǒu yì běn hòu hòu de shū
有一本厚厚的书。

There is a thick book on the coffee table.

báo

薄

thin

wǒ zài dú yì běn báo de shū

我在读一本薄的书。

I am reading a thin book.

zhàn

站
立

stand

yǒu sì gè rén zhàn zài gōng
有四个人站在公
jiāo zhàn tái shàng
交站台上。

Four people are standing at the bus stop.

zuò

坐

sit

wǒ zuò zài jiào shì lǐ
我坐在教室里。
I am sitting in the classroom.

lǐ

里

inside

yì zhī wán jù xióng
一只玩具熊
zài xiāng zi de lǐ miàn
在箱子的里面。

A teddy bear is inside the box.

wài

外

outside

yì zhī wán jù xióng

一只玩具熊

zài xiāng zi　de　wài miàn

在 箱 子 的 外 面。

A teddy bear is outside the box.

lái

来

come

péng you lái wǒ men jiā chī fàn

朋友来我们家吃饭。

Friends come to our house for dinner.

qù

去

go

yǒu shí hòu
有时候
wǒ men chū qù chī fàn
我们出去吃饭。

Sometimes we go out for dinner.

Thank you for purchasing and reading the book. I am grateful and hope you enjoy it. Please consider sharing it with your friends or family and leaving a review online.
Your feedback and support are always appreciated. It allows me to continue doing what I love and providing more bilingual resources for children.

If you have any question, please email me at info@mandarinprodigies.com
Thank you!

Kristin Yu